KINH
A-DI-ĐÀ

KINH A-DI-ĐÀ

NGUYỄN MINH TIẾN *Việt dịch và chú giải*

Copyright © 2022 by UBP (United Buddhist Publisher)

Bản quyền thuộc về dịch giả và Nhà xuất bản Liên Phật Hội. Hoan nghênh phổ biến nhưng vui lòng không tùy tiện chỉnh sửa hoặc thay đổi, thêm bớt nội dung.

KINH A-DI-ĐÀ

(PHẬT THUYẾT A-DI-ĐÀ KINH)

DAO TẦN TAM TẠNG PHÁP SƯ CƯU-MA-LA-THẬP Hán dịch
NGUYỄN MINH TIẾN Việt dịch và chú giải

NHÀ XUẤT BẢN LIÊN PHẬT HỘI

NỘI DUNG

NGHI THỨC KHAI KINH 5
PHẦN DỊCH ÂM 13
PHẦN DỊCH NGHĨA 39

NGHI THỨC KHAI KINH

(Phần nghi thức này không thuộc Kinh văn nhưng cần tụng niệm trước để tâm thức được an tịnh trước khi đi vào tụng đọc Kinh văn)

NIÊM HƯƠNG

(Thắp đèn đốt hương trầm, đứng ngay ngắn chắp tay ngang ngực thầm niệm theo nghi thức dưới đây.)

Tịnh pháp giới chân ngôn:
    Án lam tóa ha.

(3 lần)

Tịnh tam nghiệp chân ngôn:
    Án ta phạ bà phạ, thuật đà ta phạ, đạt ma ta phạ, bà phạ truật độ hám.

(3 lần)

(Chủ lễ thắp 3 cây hương, quỳ ngay ngắn nâng hương lên ngang trán niệm bài Cúng hương sau đây.)

KINH A-DI-ĐÀ

CÚNG HƯƠNG TÁN PHẬT

Nguyện thử diệu hương vân,
Biến mãn thập phương giới.
Cúng dường nhất thiết Phật,
Tôn Pháp, chư Bồ Tát,
Vô biên Thanh văn chúng,
Cập nhất thiết thánh hiền.
Duyên khởi quang minh đài,
Xứng tánh tác Phật sự.
Phổ huân chư chúng sanh,
Giai phát Bồ-đề tâm,
Viễn ly chư vọng nghiệp,
Viên thành vô thượng đạo.

(Chủ lễ xá 3 xá rồi đọc bài Kỳ nguyện dưới đây.)

KỲ NGUYỆN

Tư thời đệ tử chúng đẳng phúng tụng kinh chú, xưng tán hồng danh, tập thử công đức, nguyện thập phương thường trú Tam bảo, Bổn sư Thích-ca Mâu-ni Phật, Tiếp

Dẫn Đạo Sư A-di-đà Phật, từ bi gia hộ đệ tử... ..... Pháp danh... ..... phiền não đoạn diệt, nghiệp chướng tiêu trừ, thường hoạch kiết tường, vĩnh ly khổ ách. Phổ nguyện âm siêu dương thới, hải yến hà thanh, pháp giới chúng sanh tề thành Phật Đạo.

(Cắm hương ngay ngắn vào lư hương rồi đứng thẳng chắp tay niệm bài Tán Phật sau đây.)

TÁN PHẬT

Pháp vương Vô thượng tôn,
Tam giới vô luân thất.
Thiên nhân chi Đạo sư,
Tứ sanh chi từ phụ.
Ư nhất niệm quy y,
Năng diệt tam kỳ nghiệp.
Xưng dương nhược tán thán,
Ức kiếp mạc năng tận.

QUÁN TƯỞNG

Năng lễ sở lễ tánh không tịch,
Cảm ứng đạo giao nan tư nghì.
Ngã thử đạo tràng như đế châu,
Thập phương chư Phật ảnh hiện trung.
Ngã thân ảnh hiện chư Phật tiền,
Đầu diện tiếp túc quy mạng lễ.

Chí tâm đảnh lễ: Nam-mô tận hư không biến pháp giới quá, hiện, vị lai thập phương chư Phật, Tôn pháp, Hiền thánh tăng thường trú Tam bảo.

(1 lạy)

Chí tâm đảnh lễ: Nam-mô Ta-bà Giáo chủ Bổn sư Thích-ca Mâu-ni Phật, Đương lai hạ sanh Di-lặc Tôn Phật, Đại trí Văn-thù-sư-lợi Bồ Tát, Đại hạnh Phổ Hiền Bồ Tát,

Hộ Pháp Chư Tôn Bồ Tát, Linh Sơn Hội Thượng Phật Bồ Tát.

(1 lạy)

Chí tâm đảnh lễ: Nam-mô Tây phương Cực Lạc Thế giới Đại từ Đại bi A-di-đà Phật, Đại bi Quán Thế Âm Bồ Tát, Đại Thế Chí Bồ Tát, Đại nguyện Địa Tạng Vương Bồ Tát, Thanh Tịnh Đại Hải Chúng Bồ Tát.

(1 lạy)

(Từ đây bắt đầu khai chuông mõ, Đại chúng đồng tụng.)

TÁN HƯƠNG

Lư hương xạ nhiệt,
Pháp giới mông huân,
Chư Phật hải hội tất diêu văn,
Tùy xứ kiết tường vân,
Thành ý phương ân,
Chư Phật hiện toàn thân.

Nam-mô Hương Vân Cái Bồ Tát Ma-ha-tát.

(3 lần)

CHÚ ĐẠI BI

Nam-mô Đại Bi Hội Thượng Phật Bồ Tát.

(3 lần)

Thiên thủ thiên nhãn vô ngại Đại bi tâm đà-la-ni.

Nam mô hắc ra đát na đa ra dạ da. Nam mô a rị da, bà lô yết đế, thước bát ra da, bồ đề tát đỏa bà da, ma ha tát đỏa bà da, ma ha ca lô ni ca da. Án, tát bàn ra phạt duệ, số đát na đát tỏa.

Nam mô tất kiết lật đỏa y mông, a rị da bà lô kiết đế, thất phật ra lăng đà bà.

Nam mô na ra cẩn trì hê rị, ma ha bàn đa sa mế, tát bà a tha đậu du bằng, a thệ dựng, tát bà tát đa, na ma bà dà, ma phạt đạt đậu, đát điệt tha. Án a bà lô hê, lô ca đế, ca ra đế, di hê rị, ma ha bồ đề tát đỏa, tát bà tát bà, ma ra ma ra, ma hê ma hê, rị đà dựng cu lô cu lô, kiết mông độ lô độ lô, phạt xà da đế, ma ha phạt xà da đế, đà ra đà ra, địa rị ni, thất Phật ra da, dá ra dá ra. Mạ mạ phạt ma ra, mục đế lệ, y hê y hê, thất na thất na, a ra sâm Phật ra xá lợi, phạt sa phạt sâm, Phật ra xá da, hô lô hô lô ma ra, hô lô hô lô hê rị, ta ra ta ra, tất rị tất rị, tô rô tô rô, bồ đề dạ bồ đề dạ, bồ đà dạ bồ đà dạ, di đế rị dạ, na ra cẩn trì địa rị sắc ni na, ba dạ ma na, ta bà ha. Tất đà dạ, ta bà ha. Ma ha tất đà dạ ta bà ha. Tất đà du nghệ, thất bàn ra dạ, ta bà ha. Na ra cẩn trì, ta bà ha. Ma ra na ra, ta bà ha. Tất ra tăng a mục khê da, ta bà ha. Ta bà ma ha, a tất đà dạ, ta bà ha. Giả kiết ra a tất đà dạ, ta bà ha. Ba đà ma yết, tất đà dạ, ta bà ha. Na ra cẩn trì bàn đà ra dạ, ta bà ha. Ma bà ly thắng yết ra dạ, ta bà ha.

Nam mô hắc ra đát na đa ra dạ da. Nam mô a rị da bà lô yết đế, thước bàn ra dạ, ta bà ha.

Án tất điện đô, mạn đa ra, bạt đà dạ, ta bà ha. *(3 lần)*

Nam-mô Bổn sư Thích-ca Mâu-ni Phật.

(3 lần)

KHAI KINH KỆ

Vô thượng thậm thâm vi diệu pháp,
Bá thiên vạn kiếp nan tao ngộ,
Ngã kim kiến văn đắc thọ trì,
Nguyện giải Như Lai chân thật nghĩa.
Nam-mô Liên Trì Hải Hội Phật Bồ Tát.

(3 lần)

PHẦN DỊCH ÂM

A-DI-ĐÀ KINH

[PHẬT THUYẾT A-DI-ĐÀ KINH]

(Dao Tần Tam Tạng Pháp Sư Cưu-ma-la-thập dịch)

Như thị ngã văn: Nhất thời, Phật tại Xá-vệ quốc, Kỳ thọ Cấp Cô Độc viên, dữ Đại tỳ-kheo tăng, thiên nhị bá ngũ thập nhân câu. Giai thị Đại A-la-hán, chúng sở tri thức: Trưởng lão Xá-lợi-phất, Ma-ha Mục-kiền-liên, Ma-ha Ca-diếp, Ma-ha Ca-chiên-diên, Ma-ha Câu-hy-la, Ly-bà-đa, Châu-lợi-bàn-đà-già, Nan-đà, A-nan-đà, La-hầu-la, Kiều-phạm-ba-đề, Tân-đầu-lô-phả-la-đọa, Ca-lưu-đà-di, Ma-ha Kiếp-tân-na, Bạc-câu-la, A-nậu-lâu-đà. Như thị đẳng chư đại đệ tử.

Tinh chư Bồ Tát Ma-ha-tát: Văn-thù-sư-lợi Pháp vương tử, A-dật-đa Bồ Tát, Càn-đà-ha-đề Bồ Tát, Thường Tinh Tấn Bồ Tát, dữ như thị đẳng chư đại Bồ Tát, cập Thích-đề-hoàn-nhân đẳng, vô lượng chư thiên đại chúng câu.

Nhĩ thời, Phật cáo Trưởng lão Xá-lợi-phất: Tùng thị tây phương quá thập vạn ức Phật độ, hữu thế giới danh viết Cực Lạc. Kỳ độ hữu Phật, hiệu A-di-đà, kim hiện tại thuyết pháp.

Xá-lợi-phất! Bỉ độ hà cố danh vi Cực Lạc? Kỳ quốc chúng sanh, vô hữu chúng khổ, đãn thọ chư lạc, cố danh Cực Lạc.

Hựu Xá-lợi-phất! Cực Lạc quốc độ, thất trùng lan thuẫn, thất trùng la võng, thất trùng hàng thọ, giai thị tứ bảo châu táp vi nhiễu. Thị cố bỉ quốc danh vi Cực Lạc.

Hựu Xá-lợi-phất! Cực Lạc quốc độ, hữu thất bảo trì, bát công đức thủy, sung mãn kỳ trung. Trì để thuần dĩ kim sa bố địa. Tứ biên giai đạo, kim, ngân lưu ly, pha lê, hiệp thành. Thượng hữu lâu các, diệc dĩ kim, ngân, lưu ly, pha lê, xa cừ, xích châu, mã não, nhi nghiêm sức chi.

Trì trung liên hoa đại như xa luân, thanh sắc thanh quang, huỳnh sắc huỳnh quang, xích sắc xích quang, bạch sắc bạch quang, vi diệu hương khiết.

Xá-lợi-phất! Cực Lạc quốc độ thành tựu như thị công đức trang nghiêm.

Hựu Xá-lợi-phất! Bỉ Phật quốc độ thường tác thiên nhạc, huỳnh kim vi địa, trú dạ lục thời vũ thiên Mạn-đà-la hoa. Kỳ độ chúng sanh, thường dĩ thanh đán, các dĩ y kích, thạnh chúng diệu hoa, cúng dường tha phương thập vạn ức Phật. Tức dĩ thực thời hoàn đáo bổn quốc, phạn thực kinh hành.

Xá-lợi-phất! Cực Lạc quốc độ thành tựu như thị công đức trang nghiêm.

Phục thứ, Xá-lợi-phất! Bỉ quốc thường hữu chủng chủng kỳ diệu tạp sắc chi điểu: bạch hộc, khổng tước, anh vũ, xá-lợi, ca-lăng-tần-già, cộng mạng chi điểu.

Thị chư chúng điểu trú dạ lục thời xuất hòa nhã âm. Kỳ âm diễn xướng Ngũ căn, Ngũ lực, Thất bồ-đề phần, Bát thánh đạo phần, như thị đẳng pháp. Kỳ độ chúng sanh văn thị âm dĩ, giai tất niệm Phật, niệm Pháp, niệm Tăng.

Xá-lợi-phất! Nhữ vật vị thử điểu thật thị tội báo sở sanh. Sở dĩ giả hà? Bỉ Phật quốc độ vô tam ác đạo.

PHẦN DỊCH ÂM

Xá-lợi-phất! Kỳ Phật quốc độ thượng vô ác đạo chi danh, hà huống hữu thật? Thị chư chúng điểu giai thị A-di-đà Phật dục linh pháp âm tuyên lưu, biến hóa sở tác.

Xá-lợi-phất! Bỉ Phật quốc độ vi phong xuy động chư bảo hàng thọ, cập bảo la võng, xuất vi diệu âm, thí như bá thiên chủng nhạc đồng thời câu tác. Văn thị âm giả, tự nhiên giai sanh niệm Phật, niệm Pháp, niệm Tăng chi tâm.

Xá-lợi-phất! Cực Lạc quốc độ thành tựu như thị công đức trang nghiêm.

Xá-lợi-phất! Ư nhữ ý vân hà? Bỉ Phật hà cố hiệu A-di-đà?

Xá-lợi-phất! Bỉ Phật quang-minh vô lượng, chiếu thập phương quốc, vô sở chướng ngại. Thị cố hiệu vi A-di-đà.

Hựu Xá-lợi-phất! Bỉ Phật thọ mạng cập kỳ nhân dân, vô lượng vô biên a-tăng-kỳ kiếp. Cố danh A-di-đà.

Xá-lợi-phất! A-di-đà Phật thành Phật dĩ lai, ư kim thập kiếp.

Hựu Xá-lợi-phất! Bỉ Phật hữu vô lượng vô biên thanh văn đệ tử, giai A-la-hán, phi thị toán số chi sở năng tri. Chư Bồ Tát chúng diệc phục như thị.

Xá-lợi-phất! Bỉ Phật quốc độ thành tựu như thị công đức trang nghiêm.

Hựu Xá-lợi-phất! Cực Lạc quốc độ, chúng sanh sanh giả, giai thị A-bệ-bạt trí. Kỳ trung đa hữu nhất sanh bổ xứ. Kỳ số thậm đa, phi thị toán số, sở năng tri chi, đản khả dĩ vô lượng vô biên a-tăng-kỳ thuyết.

Xá-lợi-phất! Chúng sanh văn giả, ưng đương phát nguyện,

nguyện sanh bỉ quốc. Sở dĩ giả hà? Đắc dữ như thị chư thượng thiện nhân câu hội nhất xứ.

Xá-lợi-phất! Bất khả dĩ thiểu thiện căn, phước đức nhân duyên, đắc sanh bỉ quốc.

Xá-lợi-phất! Nhược hữu thiện nam tử, thiện nữ nhân văn thuyết A-di-đà Phật, chấp trì danh hiệu, nhược nhất nhật, nhược nhị nhật, nhược tam nhật, nhược tứ nhật, nhược ngũ nhật, nhược lục nhật, nhược thất nhật, nhất tâm bất loạn. Kỳ nhân lâm mạng chung thời, A-di-đà Phật dữ chư thánh chúng hiện tại kỳ tiền. Thị nhân chung thời, tâm bất điên đảo, tức đắc vãng sanh A-di-đà Phật Cực Lạc quốc độ.

Xá-lợi-phất! Ngã kiến thị lợi cố thuyết thử ngôn. Nhược hữu chúng sanh văn thị thuyết giả, ưng đương phát nguyện sanh bỉ quốc độ.

Xá-lợi-phất! Như ngã kim giả tán thán A-di-đà Phật, bất khả tư nghị công đức chi lợi.

Đông phương diệc hữu A-súc-bệ Phật, Tu-di Tướng Phật, Đại Tu-di Phật, Tu-di Quang Phật, Diệu Âm Phật, như thị đẳng Hằng hà sa số chư Phật, các ư kỳ quốc, xuất quảng trường thiệt tướng, biến phú tam thiên Đại thiên thế giới, thuyết thành thật ngôn: Nhữ đẳng chúng sanh đương tín thị xưng tán bất khả tư nghị công đức nhất thiết chư Phật sở hộ niệm kinh.

Xá-lợi-phất! Nam phương thế giới hữu Nhật Nguyệt Đăng Phật, Danh Văn Quang Phật, Đại Diệm Kiên Phật, Tu-di-Đăng Phật, Vô Lượng Tinh Tấn Phật, như thị đẳng Hằng hà sa số chư Phật, các ư kỳ quốc, xuất quảng trường thiệt tướng, biến phú tam thiên

Đại thiên thế giới, thuyết thành thật ngôn: Nhữ đẳng chúng sanh đương tín thị xưng tán bất khả tư nghị công đức nhất thiết chư Phật sở hộ niệm kinh.

Xá-lợi-phất! Tây phương thế giới, hữu Vô Lượng Thọ Phật, Vô Lượng Tướng Phật, Vô Lượng Tràng Phật, Đại Quang Phật, Đại Minh Phật, Bảo Tướng Phật, Tịnh Quang Phật, như thị đẳng Hằng hà sa số chư Phật, các ư kỳ quốc, xuất quảng trường thiệt tướng, biến phú tam thiên đại thiên thế giới, thuyết thành thật ngôn:

Nhữ đẳng chúng sanh đương tín thị xưng tán bất khả tư nghị công đức nhất thiết chư Phật sở hộ niệm kinh.

Xá-lợi-phất! Bắc phương thế giới, hữu Diệm Kiên Phật, Tối

Thắng Âm Phật, Nan Trở Phật, Nhật Sanh Phật, Võng Minh Phật, như thị đẳng Hằng hà sa số chư Phật, các ư kỳ quốc, xuất quảng trường thiệt tướng, biến phú tam thiên đại thiên thế giới, thuyết thành thật ngôn: Nhữ đẳng chúng sanh đương tín thị xưng tán bất khả tư nghị công đức nhất thiết chư Phật sở hộ niệm kinh.

Xá-lợi-phất! Hạ phương thế giới, hữu Sư Tử Phật, Danh Văn Phật, Danh Quang Phật, Đạt-ma Phật, Pháp Tràng Phật, Trì Pháp Phật, như thị đẳng Hằng hà sa số chư Phật, các ư kỳ quốc, xuất quảng trường thiệt tướng, biến phú tam thiên Đại thiên thế giới, thuyết thành thật ngôn: Nhữ đẳng chúng sanh đương tín thị xưng tán bất khả tư nghị công đức nhất thiết chư Phật sở hộ niệm kinh.

Xá-lợi-phất Thượng phương thế giới hữu Phạm Âm Phật, Tú Vương Phật, Hương Thượng Phật, Hương Quang Phật, Đại Diệm Kiên Phật, Tạp Sắc Bảo Hoa Nghiêm Thân Phật, Ta-la Thọ Vương Phật, Bảo Hoa Đức Phật, Kiến Nhất Thiết Nghĩa Phật, Như Tu-di Sơn Phật, như thị đẳng Hằng hà sa số chư Phật, các ư kỳ quốc, xuất quảng trường thiệt tướng, biến phú tam thiên Đại thiên thế giới, thuyết thành thật ngôn:

Nhữ đẳng chúng sanh đương tín thị xưng tán bất khả tư nghị công đức Nhất thiết chư Phật sở hộ niệm kinh.

Xá-lợi-phất! Ư nhữ ý vân hà? Hà cố danh vi: Nhất thiết chư Phật sở hộ niệm kinh?

Xá-lợi-phất! Nhược hữu thiện nam tử, thiện nữ nhân, văn thị kinh thọ trì giả, cập văn chư Phật danh giả, thị chư thiện nam tử, thiện nữ nhân, giai vi nhất thiết chư Phật chi sở hộ niệm, giai đắc bất thối chuyển ư A-nậu-đa-la-tam-miệu Tam-bồ-đề. Thị cố Xá-lợi-phất! Nhữ đẳng giai đương tín thọ ngã ngữ, cập chư Phật sở thuyết.

Xá-lợi-phất! Nhược hữu nhân dĩ phát nguyện, kim phát nguyện, đương phát nguyện, dục sanh A-di-đà Phật quốc giả, thị chư nhân đẳng, giai đắc bất thối chuyển ư A-nậu-đa-la Tam-miệu Tam-bồ-đề, ư bỉ quốc độ nhược dĩ sanh, nhược kim sanh, nhược đương sanh.

Thị cố Xá-lợi-phất! Chư thiện nam tử, thiện nữ nhân, nhược hữu tín giả, ưng đương phát nguyện sanh bỉ quốc độ.

Xá-lợi-phất! Như ngã kim giả xưng tán chư Phật bất khả tư nghị công đức, bỉ chư Phật đẳng diệc xưng tán ngã bất khả tư nghị công đức, nhi tác thị ngôn: "Thích-ca Mâu-ni Phật năng vi thậm nan hy hữu chi sự, năng ư Ta-bà quốc độ ngũ trược ác thế: kiếp trược, kiến trược, phiền não trược, chúng sanh trược, mạng trược trung, đắc A-nậu-đa-la Tam-miệu Tam-bồ-đề, vị chư chúng sanh thuyết thị nhất thiết thế gian nan tín chi pháp."

Xá-lợi-phất! Đương tri ngã ư ngũ trược ác thế, hành thử nan sự, đắc A-nậu-đa-la Tam-miệu Tam-bồ-đề, vị nhất thiết thế gian thuyết thử nan tín chi pháp, thị vi thậm nan!

Phật thuyết thử kinh dĩ, Xá-lợi-phất cập chư tỳ-kheo, nhất thiết thế gian, thiên nhân, a-tu-la đẳng, văn Phật sở thuyết, hoan hỷ tín thọ, tác lễ nhi khứ.

PHẬT THUYẾT A-DI-ĐÀ KINH CHUNG

(Kinh văn đến đây là hết, phần nghi thức kết thúc và hồi hướng người tụng có thể tùy chọn, hoặc thực hành theo như dưới đây.)

TÁN PHẬT

Tây phương giáo chủ,
Tịnh độ năng nhơn,
Tứ thập bát nguyện độ chúng sanh.
Phát nguyện thệ hoằng thâm,
Thượng phẩm thượng sanh,
Đồng phó Bảo liên thành.

Nam Mô Tây phương Cực Lạc Thế giới Đại từ Đại bi Tiếp dẫn Đạo sư A-di-đà Phật (3 lần)

PHẦN DỊCH ÂM

CHÍ TÂM ĐẢNH LỄ

1. Chí tâm đảnh lễ: Nam Mô An Dưỡng quốc, Cực Lạc giới Di-đà Hải hội, Vô Lượng Quang Như Lai.

(1 lạy)

2. Chí tâm đảnh lễ: Nam Mô An Dưỡng quốc, Cực Lạc giới Di-đà Hải hội, Vô Biên Quang Như Lai.

(1 lạy)

3. Chí tâm đảnh lễ: Nam Mô An Dưỡng quốc, Cực Lạc giới Di-đà Hải hội, Vô Ngại Quang Như Lai.

(1 lạy)

4. Chí tâm đảnh lễ: Nam Mô An Dưỡng quốc, Cực Lạc giới Di-đà Hải hội, Vô Đối Quang Như Lai.

(1 lạy)

5. Chí tâm đảnh lễ: Nam Mô An Dưỡng quốc, Cực Lạc giới Di-đà Hải hội, Diệm Vương Quang Như Lai.

(1 lạy)

6. Chí tâm đảnh lễ: Nam Mô An Dưỡng quốc, Cực Lạc giới Di-đà Hải hội, Thanh Tịnh Quang Như Lai.

(1 lạy)

7. Chí tâm đảnh lễ: Nam Mô An Dưỡng quốc, Cực Lạc giới Di-đà Hải hội, Hoan Hỷ Quang Như Lai.

(1 lạy)

8. Chí tâm đảnh lễ: Nam Mô An Dưỡng quốc, Cực Lạc giới Di-đà Hải hội, Trí Huệ Quang Như Lai.

(1 lạy)

9. Chí tâm đảnh lễ: Nam Mô An Dưỡng quốc, Cực Lạc giới Di-đà Hải hội, Nan Tư Quang Như Lai.

(1 lạy)

10. Chí tâm đảnh lễ: Nam Mô An Dưỡng quốc, Cực Lạc giới Di-đà Hải hội, Bất Đoạn Quang Như Lai.

(1 lạy)

11. Chí tâm đảnh lễ: Nam Mô An Dưỡng quốc, Cực Lạc giới Di-đà Hải hội, Vô Xưng Quang Như Lai.

(1 lạy)

12. Chí tâm đảnh lễ: Nam Mô An Dưỡng quốc, Cực Lạc giới Di-đà Hải hội, Siêu Nhật Nguyệt Quang Như Lai.

(1 lạy)

MA-HA BÁT-NHÃ BA-LA-MẬT-ĐA TÂM KINH

Quán Tự Tại Bồ Tát hành thâm Bát-nhã ba-la-mật-đa thời chiếu kiến ngũ uẩn giai không, độ nhất thiết khổ ách.

Xá-lợi tử! Sắc bất dị không, không bất dị sắc; sắc tức thị không, không tức thị sắc. Thọ. tưởng, hành, thức diệc phục như thị.

Xá-lợi tử! Thị chư pháp không tướng, bất sanh bất diệt, bất cấu bất tịnh, bất tăng bất giảm. Thị cố không trung vô sắc, vô thọ, tưởng, hành, thức; vô nhãn, nhĩ, tị, thiệt, thân, ý; vô sắc, thanh, hương, vị, xúc, pháp; vô nhãn giới, nãi chí vô ý thức giới; vô vô minh, diệc vô vô minh tận; nãi chí vô lão tử, diệc vô lão tử tận; vô khổ, tập, diệt, Đạo; vô trí diệc vô đắc.

Dĩ vô sở đắc cố, Bồ-đề-tát-đỏa y Bát-nhã ba-la-mật-đa cố, tâm vô quái ngại, vô quái ngại cố, vô hữu khủng bố, viễn ly điên đảo mộng tưởng, cứu cánh Niết-bàn. Tam thế chư Phật y Bát-nhã ba-la-mật-đa cố, đắc A-nậu-đa-la Tam-miệu Tam-bồ-đề.

Cố tri Bát-nhã ba-la-mật-đa thị Đại thần chú, thị Đại minh chú, thị vô thượng chú, thị vô đẳng đẳng chú, năng trừ nhất thiết khổ, chân thật bất hư.

Cố thuyết Bát-nhã ba-la-mật-đa chú, tức thuyết chú viết:

Yết-đế, yết-đế, ba-la-yết-đế, ba-la-tăng-yết-đế, Bồ-đề tát-bà-ha. *(3 lần)*

VÃNG SANH QUYẾT ĐỊNH CHÂN NGÔN

Nam mô A-di-đa bà dạ, đa tha dà đa dạ, đa điệt dạ tha. A-di-rị-đô bà tỳ. A-di-rị-đa tất đam bà tỳ. A-di-rị-đa tỳ ca lan đế. A-di-rị-đa tỳ ca lan đa. Dà di nị dà dà na, chỉ đa ca lệ, ta-bà-ha.

(3 lần)

TÁN PHẬT

A-di-đà Phật thân kim sắc,
Tướng hảo quang minh vô đẳng luân.
Bạch hào uyển chuyển ngũ Tu-di,
Cám mục trừng thanh tứ Đại hải.
Quang trung hóa Phật vô số ức,
Hóa Bồ Tát chúng diệc vô biên.

TÁN PHẬT

Tứ thập bát nguyện độ chúng sanh,

Cửu phẩm hàm linh đăng bỉ ngạn.

Nam mô Tây phương Cực Lạc thế giới, Đại từ, Đại bi Tiếp dẫn Đạo sư A-di-đà Phật.

Nam-mô A-di-đà Phật *(108 lần)*

Nam Mô Đại Bi Quán Thế Âm Bồ Tát

(3 lần)

Nam Mô Đại Lực Đại Thế Chí Bồ Tát

(3 lần)

Nam Mô Đại Nguyện Địa Tạng Vương Bồ Tát

(3 lần)

Nam Mô Thanh Tịnh Đại Hải Chúng Bồ Tát

(3 lần)

SÁM THẬP PHƯƠNG

Thập phương tam thế Phật,
A-di-đà đệ nhất.
Cửu phẩm độ chúng sanh,
Oai đức vô cùng cực.
Ngã kim Đại quy y,
Sám-hối tam nghiệp tội,
Phàm hữu chư phước thiện,
Chí tâm dụng hồi hướng.
Nguyện đồng niệm Phật nhân,
Cảm ứng tùy thời hiện,
Lâm chung Tây phương cảnh,
Phân minh tại mục tiền.
Kiến văn giai tinh tấn,
Đồng sanh Cực Lạc quốc.
Kiến Phật liễu sanh tử,
Như Phật độ nhất thiết.
Vô biên phiền não đoạn,
Vô lượng pháp môn tu,
Thệ nguyện độ chúng sanh,
Tổng giai thành Phật Đạo.
Hư không hữu tận,

Ngã nguyện vô cùng.
Tình dữ vô tình,
Đồng viên chủng trí.

SÁM PHỔ HIỀN

Nhứt giả lễ kính chư Phật,
Nhị giả xưng tán Như Lai,
Tam giả quảng tu cúng-dường,
Tứ giả sám hối nghiệp chướng,
Ngũ giả tùy hỷ công-đức,
Lục giả thỉnh chuyển pháp luân,
Thất giả thỉnh Phật trụ thế,
Bát giả thường tùy Phật học,
Cửu giả hằng thuận chúng-sanh,
Thập giả phổ giai hồi hướng.

Nam-mô Đại hạnh Phổ Hiền Bồ Tát Ma-ha-tát *(3 lần)*

HỒI HƯỚNG

Phúng kinh công đức thù thắng hạnh,
Vô biên thắng phước giai hồi hướng.
Phổ nguyện pháp giới chư chúng sanh,
Tốc vãng Vô Lượng Quang Phật sát.
Nguyện tiêu tam chướng, trừ phiền não,
Nguyện đắc trí huệ chân minh liễu.
Phổ nguyện tội chướng tất tiêu trừ,
Thế thế thường hành Bồ Tát Đạo.
Nguyện sanh Tây phương, Tịnh độ trung,
Cửu phẩm liên hoa vi phụ mẫu.

Hoa khai kiến Phật ngộ vô sanh,
Bất thối Bồ Tát vi bạn lữ.
Nguyện dĩ thử công đức,
Phổ cập ư nhất thiết,
Ngã đẳng dữ chúng sanh,
Giai cộng thành Phật Đạo.

TAM TỰ QUY Y

Tự quy Phật, đương nguyện chúng sanh, thể giải đại đạo, phát vô thượng tâm.

(1 lạy)

Tự quy y Pháp, đương nguyện chúng sanh, thâm nhập Kinh tạng, trí tuệ như hải.

(1 lạy)

Tự quy y Tăng, đương nguyện chúng sanh, thống lý Đại chúng, nhất thiết vô ngại.

(1 lạy)

PHẦN DỊCH NGHĨA

KINH A-DI-ĐÀ

(Dao Tần, Tam Tạng Pháp Sư Cưu-ma-la-thập dịch)

Tôi nghe như thế này:[1] Có một lúc, đức Phật ở vườn Kỳ Thọ Cấp Cô Độc,[2] gần thành Xá-vệ,[3] cùng với các vị Đại tỳ-kheo tăng,[4] tất cả

---

[1] Như thị ngã văn: Là phần xác tín được đặt ở đầu tất cả các kinh điển theo lời di giáo của đức Phật, để xác nhận rằng kinh này do chính đức Phật thuyết dạy và được các vị đệ tử ghi nhớ lại. Chữ "ngã" ở đây thường được hiểu là "tôi", tức là ngài A-nan, người nhắc lại kinh này; nhưng cũng có thể hiểu là "chúng tôi", tức là tất cả các vị tham gia vào việc kết tập kinh điển.

[2] Vườn Kỳ Thọ Cấp Cô Độc: thường gọi tắt là Kỳ Viên. Đây là một tinh xá có vườn cây bao quanh, tọa lạc tại thành Xá-vệ (Sravasti). Vườn cây này của ông thái tử Kỳ Đà (Jeta), con vua Ba-Tư-Nặc (Prasenajit) hiến cúng, còn ông Trưởng giả Tu-Đạt (Sudatta), hiệu là Cấp Cô Độc (Anathapindika) bỏ vàng ra mua đất để cúng cho Tăng-già, nên gọi chung là vườn Kỳ Thọ Cấp Cô Độc.

[3] Thành Xá-vệ: Tuy bản Hán văn dùng chữ "quốc" (國) (Xá-vệ quốc) nhưng ở đây mang nghĩa là thành. Thành Xá vệ (Sravasti) là kinh đô của nước Câu-tát-la (Kocala), do vua Ba-tư-nặc (Prasenajit) trị vì.

[4] Đại tỳ-kheo tăng: Những vị tỳ-kheo (Bhiksu) Đạo cao đức trọng được tôn xưng là Đại tỳ-kheo. Tỳ-kheo là người thuộc

là một ngàn hai trăm năm mươi vị, đều là bậc Đại A-la-hán[1] mà ai ai cũng biết, như: Trưởng lão Xá-lợi-phất, Đại Mục-kiền-liên, Đại Ca-diếp, Đại Ca-chiên-diên, Đại Câu-hy-la, Ly-bà-đa, Châu-lợi-bàn-đà-già, Nan-đà, A-nan-đà, La-hầu-la, Kiều-phạm-ba-đề, Tân-đầu-lô-phả-la-đọa, Ca-lưu-đà-di, Đại Kiếp-tân-na, Bạc-câu-la, A-nậu-

---

nam giới xuất gia theo Phật, thọ cụ túc giới, chỉ đi khất thực, sống bằng sự cúng dường của bá tánh. Tỳ-kheo, tiếng Phạn là Bhiksu, bao hàm bốn nghĩa: 1. Giữ hạnh khất thực thanh tịnh. 2. Phá trừ phiền não. 3. Trì giới thanh tịnh. 4. Có thể làm chúng ma khiếp sợ. Tăng, hay Tăng-già, tiếng Phạn là Sangha, Hán dịch là Hòa hiệp chúng, nghĩa là nhiều người cùng sống chung hòa hợp để tu hành. Từ ba vị tỳ-kheo trở lên, cùng sống ở một nơi mà tu hành gọi là Tăng chúng.

[1] Đại A-la-hán: Vì 1.250 người đệ tử của Phật đều là Đại tỳ-kheo, nên các vị ấy đã chứng quả A-la-hán. Đại A-la-hán là tiếng tôn xưng vị A-la-hán có công đức lớn trong Tăng chúng. A-la-hán (Arhat) có ba nghĩa: 1. Sát tặc: giết giặc, tức là diệt trừ phiền não; 2. Ứng cúng: Xứng đáng thọ hưởng sự cúng dường của chư thiên và con người, vì có đủ đức độ; 3. Bất sanh: Chẳng phải tái sanh trong sáu nẻo luân hồi, sẽ nhập Niết-bàn ngay trong kiếp này. Quả A-la-hán tức là quả thứ tư, cao hơn hết trong bốn quả: Tu-đà-hoàn, Tư-đà-hàm, A-na-hàm, A-la-hán. A-la-hán cũng được viết tắt là La-hán.

PHẦN DỊCH NGHĨA

lâu-đà... các vị đại đệ tử như thế.

Lại có các vị Đại Bồ Tát[1] như: Pháp Vương Tử[2] Văn-thù-sư-lợi, Bồ Tát A-dật-đa,[3] Bồ Tát Càn-đà-ha-đề, Bồ Tát Thường Tinh Tấn... các vị Đại Bồ Tát như thế, cùng với vua cõi trời là Đế-thích[4] và vô số chư thiên, Đại chúng cùng quy tụ.

---

[1] Đại Bồ Tát (Bồ Tát Ma-ha-tát): tiếng Phạn là **Bodhisattva-Māhasattva**, viết đủ là Bồ-đề-tát-đỏa Ma-ha-tát-đỏa. Trong đó, chữ Bồ-đề Hán dịch là Đạo, giác, nghĩa là tánh sáng suốt của Phật; chữ tát-đỏa Hán dịch là chúng sanh, hữu tình. Bồ Tát hay Bồ-đề-tát-đỏa là chúng sanh đã được giác ngộ; chữ ma-ha Hán dịch là Đại, nghĩa là lớn, ma-ha-tát là tiếng dùng thêm để tôn xưng, nên Bồ Tát Ma-ha-tát có nghĩa chung là Đại Bồ Tát, là bậc có Đại nguyện đem lòng từ cứu giúp chúng sanh được an vui, đem lòng bi mà cứu vớt cho chúng sanh khỏi sự khổ não.

[2] Pháp Vương Tử: con của đấng Pháp Vương. Đức Phật được tôn xưng là Pháp Vương (Vua của các Pháp), nên các vị Đại Bồ Tát cũng được tôn xưng là Pháp Vương Tử.

[3] Bồ Tát A-dật-đa, phiên âm từ tiếng Phạn là **Ajita**, dịch nghĩa là Vô Năng Thắng, tức danh hiệu khác của Bồ Tát Di-lặc.

[4] Đế-thích: tức Thích-đề-hoàn-nhân, viết đủ là Thích-ca Đề-hoàn Nhân-đà-la (**Śākya Déva Indra**). Trong đó, chữ Thích-ca Hán dịch là năng nhân, nghĩa là có lòng nhân từ, chữ Đề-hoàn Hán dịch là thiên, nghĩa là các vị sống trên cõi trời, chư thiên; chữ Nhân-đà-la Hán dịch là chúa, chủ, nghĩa là bậc đứng đầu. Trọn tên này, Hán dịch là Năng Thiên Chủ, nghĩa là vị vua cõi trời có lòng nhân từ.

Lúc ấy, Phật dạy Trưởng lão Xá-lợi-phất:[1] "Về phương tây, cách đây mười vạn ức cõi Phật, có một thế giới tên là Cực Lạc.[2] Ở cõi ấy có đức Phật hiệu A-di-đà[3] hiện nay đang thuyết pháp.

"Xá-lợi-phất! Tại sao cõi ấy gọi

---

[1] Trưởng lão Xá-lợi-phất: Trưởng lão, tiếng Phạn là Sthavira, là tiếng tôn xưng vị tỳ-kheo có đức độ, xuất gia tu học đã nhiều năm. Xá-lợi-phất, tiếng Phạn là Śāriputra, Hán dịch là Thu tử. Xá-lợi, tiếng Phạn là Śāri, chỉ loài chim thu, là tên bà mẹ, vì bà có cặp mắt đẹp như mắt chim thu. Phất, hay Phất-đát-ra, tiếng Phạn là putra, Hán dịch là tử, nghĩa là người con trai. Vì thế có kinh cũng gọi ngài là Xá-lợi tử. Xá-lợi-phất được Phật khen ngợi là vị đệ tử có trí huệ bậc nhất trong các đệ tử của Phật.

[2] Cực Lạc: tiếng Phạn là Sukhāvatī, Hán dịch là cực lạc, nghĩa là rất vui sướng. Ở nước ấy, người ta sống vô cùng vui sướng, yên ổn, không có sự khổ não. Cực Lạc là một cõi Tịnh độ, cho nên ở đó người ta hưởng toàn sự trong sạch, vui sướng. Còn cõi Ta-bà của chúng ta là một cõi Uế độ, cho nên phải chịu nhiều sự uế tạp, khổ não.

[3] A-di-đà: Tiếng Phạn là Amitābha, Hán dịch là Vô lượng thọ, nghĩa là sống lâu vô số kiếp. Khi đức Phật Thích Ca đản sanh, xuất gia, thành Đạo và thuyết pháp giáo hóa chúng sanh ở cõi Ta-bà thì đức Phật A-di-đà đang thuyết pháp độ sanh tại cõi Cực Lạc. Sau khi đức Phật Thích-ca nhập Niết-bàn, cho đến hiện nay và vô số kiếp về sau, đức Phật A-di-đà vẫn còn thuyết pháp tại cõi Cực Lạc và tiếp dẫn những chúng sanh niệm Phật về cõi ấy, vì đời sống của ngài dài vô số kiếp.

là Cực Lạc? Vì nơi ấy chúng sanh không có mọi sự khổ não, chỉ hưởng các điều vui sướng nên gọi là Cực Lạc.

"Lại nữa, Xá-lợi-phất! Nơi cõi Cực Lạc, đền đài có bảy lớp lan can, bảy lớp lưới bao phủ và bảy hàng cây, thảy đều có bốn món báu[1] vây quanh. Cho nên cõi ấy gọi là Cực Lạc.

"Lại nữa, Xá-lợi-phất! Nơi cõi Cực Lạc có ao xây bằng bảy món báu,[2] trong chứa nước có tám công đức.[3] Đáy ao toàn bằng cát vàng,

---

[1] Bốn món báu (tứ bảo), là vàng, bạc, lưu ly, pha lê.

[2] Bảy món báu (thất bảo), là vàng, bạc, lưu ly, pha lê, xa cừ, xích châu, mã não.

[3] Nước có tám công đức (Bát công đức thủy): theo bản dịch của ngài Huyền Trang thì tám công đức ấy là: 1. Trừng tịnh: lắng gạn trong sạch; 2. Thanh lãnh: trong trẻo mát lạnh; 3. Cam mỹ: mùi vị ngon ngọt ngon; 4. Khinh nhuyễn: nhẹ nhàng mềm mại; 5. Nhuận trạch: thấm nhuần tươi mát; 6. An hòa: yên ổn hòa nhã; 7. Trừ được đói khát và vô số khổ não; 8. Trưởng dưỡng thân tứ Đại, tăng trưởng các thiện căn

bốn phía có những bậc thang bằng vàng, bạc, lưu ly, pha lê hợp lại. Bên trên có những lầu, gác cũng dùng vàng, bạc, lưu ly, pha lê, xa cừ, xích châu, mã não trang hoàng. Trong ao có hoa sen lớn như bánh xe. Hoa xanh tỏa ánh sáng xanh, hoa vàng tỏa ánh sáng vàng, hoa đỏ tỏa ánh sáng đỏ, hoa trắng tỏa ánh sáng trắng.[1]

"Xá-lợi-phất! Nơi cõi Cực Lạc có đầy đủ công đức trang nghiêm như thế.

"Lại nữa, Xá-lợi-phất! Cõi Phật ấy thường trỗi nhạc trời. Mặt đất toàn bằng vàng ròng. Ngày đêm sáu thời[2] từ trên trời mưa xuống

---

[1] Đoạn này mô tả bốn loại hoa sen: hoa ưu-bát la màu xanh, hoa câu-vật-đầu màu vàng, hoa ba-đầu-ma màu đỏ, hoa phân-đà-ly màu trắng.

[2] Ngày đêm sáu thời: Ngày phân làm ba thời, đêm phân làm ba thời. Kinh Hoa Nghiêm, phẩm Thọ lượng chép rằng: Tâm Vương Bồ Tát nói: "Một kiếp ở cõi Ta-bà này bằng một ngày một đêm ở cõi Cực Lạc của Phật A-di-đà."

PHẦN DỊCH NGHĨA

hoa mạn-đà-la.[1] Chúng sanh cõi ấy vào sáng sớm thường trải áo hứng lấy hoa quý, mang đi cúng dường mười vạn ức đức Phật ở các phương khác. Đến giờ ăn[2] trong ngày liền trở về dùng cơm rồi đi kinh hành.[3]

"Xá-lợi-phất! Nơi cõi Cực Lạc có đầy đủ những công đức trang nghiêm như thế.

"Lại nữa, Xá-lợi-phất! Cõi ấy thường có nhiều loài chim đẹp đủ

---

[1] Hoa mạn-đà-la: Tiếng Phạn là **Mandāravas**, Hán dịch là Bạch đoàn hoa hay Thích ý hoa, là loài hoa màu trắng, mùi rất thơm. Nhìn thấy hoặc ngửi được mùi thơm của hoa đều thích ý.

[2] Giờ ăn: Thực thời hay Pháp thực thời là giờ ngọ, lúc giữa trưa. Theo giới luật do Phật chế định thì vị tỳ-kheo chỉ ăn vào giờ ngọ, khi mặt trời xế bóng thì không ăn.

[3] Đi kinh hành: các vị tỳ-kheo sau khi dùng cơm thì đi chậm rãi quanh chùa tháp hoặc trong chánh điện. Trong khi đi ấy thường nhiếp tâm cho an định. Sách Thích thị yếu lãm chép rằng: Kinh hành có năm sự lợi ích: 1. Vận động cơ thể cho khang kiện; 2. Luyện tập cho có sức mạnh; 3. Trừ được nhiều chứng bệnh; 4. Giúp thêm sự tiêu hóa; 5. Làm cho ý chí thêm kiên cố.

các màu sắc, như thiên nga trắng,[1] chim công,[2] chim kéc,[3] chim xá-lợi,[4] chim ca-lăng-tần-già,[5] chim cộng mạng[6]... Ngày đêm sáu thời, những

---

[1] Bản Hán văn trong Đại Chánh tạng dùng bạch hộc (白鵠), chỉ loài thiên nga trắng, ta còn gọi là chim hộc, hay ngỗng trời, thiên nga. Các bản dịch trước đây đều dịch là bạch hạc, dựa theo các bản chữ Hán Càn Long, Vĩnh Lạc đều khắc là bạch hạc (白鶴). Tuy nhiên, bản Đại Chánh tạng có lẽ đã căn cứ vào tên Phạn ngữ của loài chim này là haṃsa nên sửa lại là bạch hộc (白鵠) chính xác hơn. Nhầm lẫn ở các cổ bản là giữa chữ hộc (鵠) với chữ hạc (鶴) khá tương tự, tuy rằng chim hộc và chim hạc là hai loài khác nhau rất xa. Bản Anh ngữ của J. C. Cleary dịch là "white cranes" (chim hạc, chim sếu trắng), nhưng bản của The Buddhist Text Translation Society dịch gần hơn là "white geese" (ngỗng trắng). Chính xác hơn phải dịch là "white swan" vì ngỗng (goose) và ngỗng trời (swan) hay thiên nga hoàn toàn khác nhau.

[2] Chim công, khổng tước, loài chim giống như chim trĩ, lông đuôi dài, con trống rất đẹp, xòe cánh ra như cái quạt, màu sắc rực rỡ.

[3] Chim kéc, hay anh võ, anh vũ, là loài chim lông cánh xanh, mỏ ngắn, có thể tập nói được tiếng người.

[4] Xá-lợi: chim thu, chim oanh, loài chim có đôi mắt rất trong, hót nghe tiếng thanh dịu.

[5] Ca-lăng-tần-già: Tiếng Phạn là **Kalaviṅka**. Ca-lăng: tốt, đẹp. Tần-già: tiếng, âm thanh. Loài chim tiếng tốt, trong trẻo. Hán dịch là mỹ âm điểu, diệu thanh điểu. Chim này cư trú ở Tuyết sơn, miền bắc Ấn Độ.

[6] Cộng mạng: Tiếng Phạn là Jivajiva (Kỳ-bà), dịch âm là Bà-bà-kỳ-bà, cũng dịch là mạng mạng, hay sanh sanh. Loài chim tương truyền là một thân có hai đầu.

PHẦN DỊCH NGHĨA

loài chim ấy hót tiếng thanh nhã. Tiếng chim hót giảng về Năm căn,[1] Năm lực,[2] Bảy phần Bồ-đề,[3] Tám phần Thánh Đạo.[4] Chúng sanh ở

---

[1] Năm căn: Năm điều được xem là cội rễ, giúp cho các pháp lành nảy sanh. Đó là: 1. Tín căn: lòng tin nơi Tam bảo, vào giáo lý Tứ diệu đế; 2. Tinh tấn căn: lòng tinh tấn, dõng mãnh tu hành thiện pháp; 3. Niệm căn: lòng nhớ tưởng Tam bảo, Phật, Pháp, Tăng; 4. Định căn: thiền định, lòng không tán loạn; 5. Huệ căn: sáng suốt, biết rõ sự lý, thông hiểu kinh nghĩa.

[2] Năm lực: Nhờ có Năm căn mà sanh ra Năm lực: 1. Tín lực: sức mạnh của lòng tin; 2. Tinh tấn lực: sức mạnh của sự tinh tấn; 3. Niệm lực: sức mạnh của sự tưởng niệm, nhớ nghĩ; 4. Định lực: sức mạnh của sự an định; 5. Huệ lực: sức mạnh của trí huệ.

[3] Bảy phần Bồ-đề: Tiếng Phạn là **Saptabodhyaṅga**, Hán dịch là Thất giác phần hay Thất giác chi. Bảy phần này là bảy yếu tố để thành tựu quả Bồ-đề, bao gồm: 1. Trạch pháp giác chi, tiếng Phạn là: Dharmapravicaya, sự phân biệt pháp tốt hoặc pháp xấu do trí phán xét của mình; 2. Tinh tấn giác chi, tiếng Phạn là **Vīrya**: Đem lòng dõng mãnh mà từ bỏ điều ác, làm điều lành; 3. Hỷ giác chi, tiếng Phạn là **Prīti**, lòng được vui vẻ; 4. Khinh an giác chi, tiếng Phạn là **Praśabdhi**, lòng nhẹ nhàng yên tĩnh, không có sự nặng nhọc bứt rứt; 5. Niệm giác chi, Tiếng Phạn là **Smṛti**, lòng tưởng nhớ Chánh Pháp, Tam bảo; 6. Định giác chi, tiếng Phạn là **Samādhi**, tâm trí an định, không tán loạn; 7. Xả giác chi, Phạn: **Upekṣā**, cũng gọi là Hộ giác chi: Buông bỏ những vướng mắc, dứt bỏ sự lầm lạc.

[4] Bát thánh Đạo phần: Tám phần trong con đường hướng đến giác ngộ, cũng gọi là Bát chánh Đạo, tám pháp chân chánh, tức là Đạo đế trong Tứ diệu đế, bao gồm: 1. Chánh

cõi ấy nghe rồi đều nhớ nghĩ đến Phật, Pháp, Tăng.

"Xá-lợi-phất! Ông chớ tưởng rằng những loài chim ấy là do tội báo sanh ra. Vì sao vậy? Cõi Phật ấy không có ba đường ác.[1]

"Xá-lợi-phất! Cõi Phật ấy, đến tên gọi ba đường ác còn không có, huống chi là có thật? Các loài chim

---

kiến, tiếng Phạn là **Sammā-diṭṭhi**, chỗ thấy chân chánh, như thấy vạn vật là chẳng thật, vô ngã, thấy luân hồi là khổ não...; 2. Chánh tư duy, tiếng Phạn là **Sammā-saṅkappa**, suy xét, chiêm nghiệm những lẽ chân chánh; 3. Chánh ngữ, tiếng Phạn là **Sammāvācā**, lời nói chân chánh, chẳng nói điều phi lý, sai lệch...; 4. Chánh nghiệp, tiếng Phạn là **Sammākammanta**, việc làm chân chánh, không sát sanh, không trộm cướp, không tà dâm; 5. Chánh mạng, tiếng Phạn là **Sammā-ājīva**, cuộc sống chân chánh, trong sạch, tự nuôi sống bằng nghề nghiệp không gây tổn hại đến chúng sanh; 6. Chánh tinh tấn, tiếng Phạn là **Sammā-vāyāma**, dũng mãnh xa lánh phiền não, dũng mãnh tu thiện; 7. Chánh niệm, tiếng Phạn là **Sammā-sati**, lòng niệm tưởng chân chánh, nhớ nghĩ những chỗ chánh đáng; 8. Chánh định, tiếng Phạn là **Sammā-samādhi**: tâm trí vào thiền định, không tán loạn, không chạy theo trần cảnh.

[1] Ba đường ác: Chúng sanh trong ba cõi thế giới tùy nghiệp lành hoặc dữ của mình, sanh vào trong sáu đường: Ba đường lành, Ba đường ác. Ba đường lành là: cõi trời, cõi người, cõi a-tu-la. Ba đường ác là: địa ngục, súc sanh, ngạ quỷ.

PHẦN DỊCH NGHĨA

ấy đều do đức Phật A-di-đà biến hóa tạo thành, vì muốn cho tiếng thuyết pháp được truyền rộng khắp nơi.

"Xá-lợi-phất! Nơi cõi Phật ấy, gió nhẹ lay động những hàng cây báu và lưới báu, vang lên tiếng êm dịu vô cùng, như trăm ngàn tiếng nhạc hòa nhau trỗi lên. Ai nghe được tiếng ấy tự nhiên sanh lòng tưởng niệm đến Phật, Pháp, Tăng.[1]

"Xá-lợi-phất! Nơi cõi Cực Lạc

---

[1] Phật, Pháp, Tăng, tức Tam bảo, hay Ba ngôi báu. Phật, tiếng Phạn là Buddha, viết đủ là Phật-đà, Hán dịch là Giác giả, nghĩa là người giác ngộ hoàn toàn. Phật có đủ 32 tướng tốt và 80 vẻ đẹp trang nghiêm nơi thân thể. Sau khi Phật nhập Niết bàn, người ta theo đó mà chế ra những tượng cốt bằng chất kim, bằng cây hoặc vẽ hình trên giấy, trên vải để thờ phụng, nhớ tưởng đến Phật; Pháp, tiếng Phạn là Dharma, nên cũng đọc theo âm là Đạt-ma, là những giáo lý do Phật truyền dạy cho chúng sanh. Sau khi Phật nhập diệt, người ta gom góp những lời dạy của Ngài mà chép thành ba tạng Kinh, Luật và Luận để truyền lại; Tăng, tiếng Phạn là Sangha, viết đủ là Tăng-già, Hán dịch là Hòa hiệp chúng, gồm nhiều người tu học cùng nhau. Sau khi Phật nhập diệt, Tăng-già là những người tiếp tục tu tập và truyền dạy giáo pháp cho chúng sanh.

có đầy đủ công đức trang nghiêm như thế.

"Này Xá-lợi-phất! Ý ông nghĩ sao? Tại sao đức Phật ấy có hiệu là A-di-đà?

"Xá-lợi-phất! Hào quang của đức Phật ấy chiếu sáng vô cùng, soi khắp các cõi nước mười phương, không hề ngăn ngại. Vì thế nên có hiệu là A-di-đà.[1]

"Lại nữa, Xá-lợi-phất! Đời sống của đức Phật và nhân dân cõi ấy

---

[1] Ở đây kinh văn đề cập đến các danh hiệu khác của đức Phật A-di-đà. Đó là: Vô Lượng Quang Phật: Vì hào quang của ngài là vô lượng, sáng suốt vô lượng, rộng lớn vô lượng; Vô Biên Quang Phật: Vì hào quang của ngài là không cùng tận, không có bờ bến, chiếu khắp cả các thế giới mười phương; Vô Ngại Quang Phật: Vì hào quang của ngài chiếu khắp nơi mà không bị ngăn ngại, soi cả những nơi bị che lấp, những cảnh hắc ám. Những chúng sanh nào gặp được hào quang của đức Phật A-di-đà, thì ba món độc tham, sân, si liền bị tiêu diệt, thân thể được nhu nhuyễn, tâm ý được hoan lạc, khởi sinh lòng lành. Những chúng sanh trong ba đường ác: địa ngục, ngạ quỷ, súc sanh, gặp được hào quang của ngài tức thì hết khổ não, khi mạng chung được thoát khỏi ba đường ác.

kéo dài vô số a-tăng-kỳ kiếp[1] nên gọi là A-di-đà.

"Xá-lợi-phất! Đức A-di-đà thành Phật đến nay đã được mười kiếp.

"Lại nữa, Xá-lợi-phất! Đức Phật ấy có vô số các vị đệ tử Thanh văn,[2] thảy đều là bậc A-la-hán, số lượng không thể tính đếm. Các vị Bồ Tát cũng nhiều như vậy.

"Xá-lợi-phất! Cõi nước Phật ấy đầy đủ những công đức trang nghiêm như thế.

"Lại nữa, Xá-lợi-phất! Chúng

---

[1] Vô số a-tăng-kỳ kiếp: Cách nói tượng trưng có nghĩa là một quãng thời gian kéo dài không thể đo lường, tính đếm. Chữ kiếp nói đủ là kiếp-ba (kalpa), chia ra làm ba loại: tiểu kiếp, trung kiếp, Đại kiếp. Một tiểu kiếp có một ngàn sáu trăm tám mươi vạn năm. Một trung kiếp có ba vạn ba ngàn sáu trăm vạn năm. Một Đại kiếp có mười ba vạn bốn ngàn bốn trăm vạn năm. Nhưng thật ra thì đây là những con số mang ý nghĩa tượng trưng hơn là thực sự tính đếm.

[2] Thanh văn, tiếng Phạn là Śrāvaka, hàng đệ tử Phật theo giáo pháp Thanh văn thừa, (Śrāvakayāna), tu tập Tứ diệu đế, chứng đắc các thánh quả từ Tu-đà-hoàn cho đến A-la-hán.

sanh được sanh về cõi Cực Lạc đều là những bậc không còn thối chuyển,¹ trong đó có nhiều vị chỉ còn một lần sanh nữa là sẽ thành Phật.² Số ấy rất nhiều, không thể tính đếm, chỉ có thể gọi chung là vô số.

"Xá-lợi-phất! Chúng sanh nghe biết rồi, nên phát nguyện sanh về cõi ấy.³ Tại sao vậy? Để được chung sống với các bậc hiền thiện cao thượng.

"Xá-lợi-phất! Người có ít nhân

---

¹ Bậc không còn thối chuyển, tiếng Phạn là **Avaivartika** (A-bệ-bạt-trí), tức là bậc Bồ Tát không còn thối chuyển trên đường tu học.

² Chỉ còn một lần sanh nữa là sẽ thành Phật: Gọi là Bồ Tát nhất sanh bổ xứ, tức là những vị Bồ Tát đã tròn quả nguyện, chỉ còn một lần thọ sanh nữa là thành Phật.

³ Phát nguyện sanh về cõi ấy: Người đọc kinh điển nói về cõi Cực Lạc của đức Phật A-di-đà mà muốn được vãng sanh về đó, trước hết phải phát nguyện. Sau khi phát nguyện, thì hết lòng nhớ tưởng đến đức Phật A-di-đà, nhớ tưởng đến thế giới Cực Lạc. Nhờ có chí nguyện vững bền, niệm tưởng kiên định nên chắc chắn sẽ được vãng sanh về đó.

duyên phước đức căn lành[1] không thể sanh về cõi ấy.

"Xá-lợi-phất! Như những kẻ nam, người nữ có lòng lành, nghe giảng nói về Phật A-di-đà, bèn chuyên tâm niệm danh hiệu ngài, hoặc một ngày, hai ngày, hoặc ba ngày, bốn ngày, hoặc năm ngày, hoặc sáu ngày, hoặc bảy ngày, nhất tâm không tán loạn.[2] Người ấy khi lâm chung liền thấy đức Phật A-di-đà cùng các vị thánh chúng hiện

---

[1] Về căn lành (thiện căn), Thập trụ Tỳ-bà-sa luận có nói đến ba căn lành: chẳng tham, chẳng sân, chẳng si. Tất cả pháp lành đều do đó mà nảy sanh. Về phước đức, Kinh Quán Vô Lượng Thọ có dạy: "Muốn sanh về cõi ấy, nên tu ba loại phước đức. Phước đức thứ nhất là hiếu thảo với cha mẹ, hầu hạ bậc sư trưởng, vì lòng từ mà chẳng giết hại, tu mười nghiệp lành; phước đức thứ hai là thọ trì tam quy, giữ trọn các giới, chẳng phạm oai nghi; phước đức thứ ba là: phát tâm Bồ-đề, tin sâu lẽ nhân quả, đọc tụng kinh Đại thừa, khuyến tấn những người tu hành.

[2] Nhất tâm không tán loạn (Nhất tâm bất loạn) là ý chỉ cốt yếu của toàn quyển Kinh A-di-đà này. Chẳng những trong khi ngồi, mà khi đi, khi đứng, khi nằm, lúc nào hành giả cũng giữ nơi lòng một câu Nam-mô A-di-đà Phật, lòng tưởng nhớ đến đức Phật ấy, không để một tư tưởng nào khác xen vào, đó gọi là nhất tâm không tán loạn.

ra trước mắt. Khi mạng chung tâm không điên đảo, liền được sanh về cõi Cực Lạc của Phật A-di-đà.

"Xá-lợi-phất! Ta thấy sự lợi ích đó, nên mới giảng nói như vậy. Nếu có chúng sanh nào được nghe, nên phát nguyện sanh về cõi ấy.

"Xá-lợi-phất! Cũng như ta nay xưng tán lợi ích công đức không thể nghĩ bàn của Phật A-di-đà, phương đông lại có chư Phật như: Phật A-súc-bệ, Phật Tu-di Tướng, Phật Đại Tu-di, Phật Tu-di Quang, Phật Diệu Âm..., vô số chư Phật như vậy, mỗi vị đều từ cõi nước của mình, hiện tướng lưỡi rộng dài bao trùm khắp Đại thiên thế giới, nói ra lời chân thật này: Hết thảy chúng sanh nên tin vào lời xưng tán công đức chẳng thể nghĩ bàn của kinh mà tất cả chư Phật đều hộ niệm.

PHẦN DỊCH NGHĨA

"Xá-lợi-phất! Các thế giới về phương nam có chư Phật như: Phật Nhật Nguyệt Đăng, Phật Danh Văn Quang, Phật Đại Diệm Kiên, Phật Tu-di Đăng, Phật Vô Lượng Tinh Tấn..., vô số chư Phật như vậy, mỗi vị đều từ cõi nước của mình, hiện tướng lưỡi rộng dài[1] bao trùm khắp Đại thiên thế giới, nói ra lời chân thật này: Hết thảy chúng sanh nên tin vào lời xưng tán công đức chẳng thể nghĩ bàn của kinh mà tất cả chư Phật đều hộ niệm.

"Xá-lợi-phất! Các thế giới về phương tây có chư Phật như: Phật Vô Lượng Thọ, Phật Vô Lượng Tướng, Phật Vô Lượng Tràng, Phật Đại Quang, Phật Đại Minh, Phật

---

[1] Tướng lưỡi rộng dài: Đức Phật trải qua vô số kiếp không nói lời luống dối, sai sự thật, nên được quả báo có tướng lưỡi rộng dài hơn tất cả chúng sanh. Khi chư Phật hiện tướng lưỡi rộng dài là muốn xác nhận lời nói chân thật không hề luống dối.

Bảo Tướng, Phật Tịnh Quang..., vô số chư Phật như vậy, mỗi vị đều từ cõi nước của mình, hiện tướng lưỡi rộng dài bao trùm khắp Đại thiên thế giới, nói ra lời chân thật này: Hết thảy chúng sanh nên tin vào lời xưng tán công đức chẳng thể nghĩ bàn của kinh mà tất cả chư Phật đều hộ niệm.

"Xá-lợi-phất! Các thế giới về phương bắc có chư Phật như: Phật Diệm Kiên, Phật Tối Thắng Âm, Phật Nan Trở, Phật Nhật Sanh, Phật Võng Minh..., vô số chư Phật như vậy, mỗi vị đều từ cõi nước của mình, hiện tướng lưỡi rộng dài bao trùm khắp Đại thiên thế giới, nói ra lời chân thật này: Hết thảy chúng sanh nên tin vào lời xưng tán công đức chẳng thể nghĩ bàn của kinh mà tất cả chư Phật đều hộ niệm.

"Xá-lợi-phất! Các thế giới về phương dưới có chư Phật như: Phật Sư Tử, Phật Danh Văn, Phật Danh Quang, Phật Đạt-ma, Phật Pháp Tràng, Phật Trì Pháp..., vô số chư Phật như vậy, mỗi vị đều từ cõi nước của mình, hiện tướng lưỡi rộng dài bao trùm khắp Đại thiên thế giới, nói ra lời chân thật này: Hết thảy chúng sanh nên tin vào lời xưng tán công đức chẳng thể nghĩ bàn của kinh mà tất cả chư Phật đều hộ niệm.

"Xá-lợi-phất! Các thế giới về phương trên có chư Phật như: Phật Phạm Âm, Phật Tú Vương, Phật Hương Thượng, Phật Hương Quang, Phật Đại Diệm Kiên, Phật Tạp Sắc Bảo Hoa Nghiêm Thân, Phật Ta-la Thọ Vương, Phật Bảo Hoa Đức, Phật Kiến Nhất Thiết Nghĩa, Phật Như Tu-di Sơn..., vô số chư Phật như vậy, mỗi vị đều từ cõi nước của mình, hiện tướng lưỡi rộng dài bao trùm khắp Đại thiên thế giới, nói ra lời chân thật này: Hết thảy chúng sanh nên tin vào lời xưng tán công đức chẳng thể nghĩ bàn của kinh mà tất cả chư Phật đều hộ niệm.

"Xá-lợi-phất! Ý ông nghĩ sao? Vì sao kinh này được gọi là: Tất cả chư Phật đều hộ niệm?

"Xá-lợi-phất! Nếu những kẻ nam, người nữ có lòng lành, nghe được kinh này mà thọ trì, cũng như nghe danh hiệu chư Phật, thì những kẻ nam, người nữ có lòng lành ấy liền được tất cả chư Phật hộ niệm, thảy đều được địa vị không còn thối chuyển đối với quả vị Vô thượng Chánh đẳng Chánh giác.

"Xá-lợi-phất! Vì vậy mọi người nên tin theo lời ta và chư Phật đã nói.

"Xá-lợi-phất! Như có người nào trước đã phát nguyện, hoặc nay mới phát nguyện, hoặc sau này sẽ phát nguyện sanh về cõi Phật A-di-đà, thì những người ấy đều được địa vị không còn thối chuyển đối với quả vị Vô thượng Chánh đẳng Chánh giác. Những người ấy hoặc đã được sanh, hoặc nay được sanh, hoặc sau này sẽ được sanh về cõi ấy.

"Xá-lợi-phất! Vậy nên những kẻ nam, người nữ có lòng lành, nếu có đức tin, nên phát nguyện sanh về cõi ấy.

"Xá-lợi-phất! Như nay ta xưng tán công đức không thể nghĩ bàn của chư Phật. Tất cả chư Phật cũng đều xưng tán công đức không thể nghĩ bàn của ta, nói ra lời này: Phật Thích-ca Mâu-ni làm được việc rất khó khăn ít có. Từ trong cõi Ta-bà là cõi ác có năm thứ uế trược như:

kiếp trược, kiến trược, phiền não trược, chúng sanh trược, mạng trược, mà thành Đạo Vô thượng Chánh đẳng Chánh giác, vì chúng sanh mà thuyết dạy pháp môn khó tin nhận nhất trong thế gian này.

"Xá-lợi-phất! Nên biết rằng, ta ở trong cõi đời xấu ác có năm thứ uế trược, làm nên việc khó khăn, đạt được quả Vô thượng Chánh đẳng Chánh giác, vì tất cả thế gian thuyết dạy pháp môn khó tin nhận này, thật là một điều rất khó lắm thay!"

Phật thuyết kinh này xong, Xá-lợi-phất cùng với chư tỳ-kheo, hết thảy thế gian, trời, người, a-tu-la... nghe Phật thuyết dạy đều vui mừng tin nhận, lễ bái lui về.

PHẬT THUYẾT KINH A-DI-ĐÀ

Lời thưa

Trong kinh Pháp Cú, đức Phật dạy rằng: "Pháp thí thắng mọi thí." Thực hành Pháp thí là chia sẻ, truyền rộng lời Phật dạy đến với mọi người. Mỗi người Phật tử đều có thể tùy theo khả năng để thực hành Pháp thí bằng những cách thức như sau:

1. Cố gắng học hiểu và thực hành những lời Phật dạy. Tự mình học hiểu càng sâu rộng thì việc chia sẻ, bố thí Pháp càng có hiệu quả lớn lao hơn. Nên nhớ rằng **việc đọc sách còn quan trọng hơn cả việc mua sách.**

2. Phải trân quý kinh điển, sách vở in ấn lời Phật dạy. Khi có điều kiện thì mua, thỉnh về nhà để tự mình và người trong gia đình đều có điều kiện học hỏi làm theo. Không nên giữ làm của riêng mà phải sẵn lòng chia sẻ, truyền rộng, khuyến khích nhiều người khác cùng đọc và học theo. Không nên để kinh sách nằm yên đóng bụi trên kệ sách, vì **kinh sách không có người đọc thì không thể mang lại lợi ích.**

3. Tùy theo khả năng mà đóng góp tài vật, công sức để hỗ trợ cho những người làm công việc biên soạn, dịch thuật, in ấn, lưu hành kinh sách, **để ngày càng có thêm nhiều kinh sách quý được in ấn, lưu hành.**

Thông thường, việc chi tiêu một số tiền nhỏ không thể mang lại lợi ích lớn, nhưng nếu sử dụng vào việc giúp lưu hành kinh sách thì lợi ích sẽ lớn lao không thể suy lường. Đó là vì đã giúp cho nhiều người có thể hiểu và làm theo lời Phật dạy. Mong sao quý Phật tử khắp nơi đều lưu tâm đóng góp sức mình vào những việc như trên.

TINH YẾU THỰC HÀNH PHÁP THÍ

- *Mua thỉnh kinh sách về đọc, tự mình sẽ được rất nhiều lợi ích.*

- *Chia sẻ, truyền rộng bằng cách cho mượn, biếu tặng kinh sách đến nhiều người thì lợi ích ấy càng tăng thêm gấp nhiều lần.*

- *Đóng góp công sức, tài vật để hỗ trợ công việc biên soạn, dịch thuật, giảng giải, in ấn, lưu hành kinh sách thì công đức lớn lao không thể suy lường, vì có vô số người sẽ được lợi ích từ việc lưu hành kinh sách.*

www.ingramcontent.com/pod-product-compliance
Ingram Content Group UK Ltd.
Pitfield, Milton Keynes, MK11 3LW, UK
UKHW022219230426
12048UKWH00016BA/942